1,2,3 Vietnam!

Rhymed text and creative illustrations help kids
learn how to count while discovering more about Vietnam!

by Elka Ray

Text and illustrations / Thơ và tranh vẽ: Elka Ray
Copyright ©Elka Ray 2011

Vietnamese text / Thơ tiếng Việt: Thien Minh
Copyright ©Thien Minh 2011

ISBN: 978-0-9883703-1-9
Imprint: Mark\Hoffman, United States

Graphic design / Trình bày: Steve Christensen

*Author and illustrator Elka Ray writes for both kids
and adults. Please visit elkaray.com for details.*

*Nhà văn, họa sĩ Elka Ray viết tặng cuốn truyện
tranh này cho cả trẻ em và người lớn. Các tác
phẩm của Elka Ray có tại elkaray.com*

Những dòng thơ và các tranh vẽ sinh động, sáng tạo giúp các em nhỏ tập đếm trong khi khám phá về Việt Nam !

For Big Minh, Little Minh and Thien Nhan

Dành tặng Thiên Minh, Hải Minh và Thiện Nhân

One waterbuffalo,
As hairy as can be.

Một là chú trâu đấy
Trông kìa thật
nhiều lông

Two girls in ao dai, don't they look pretty?

**Hai cô mặc áo dài
Nhìn xem dễ
thương quá**

Three gold teeth,
Shining in the sun.

3

Ba cái răng ở cửa
Vàng lên trong nắng vàng

Four water puppets,
Oh that is such fun!

4

Bốn chú là rối
nước Sao mà
ngộ nghĩnh thế

Five lion dancers
Jumping in the air.

5

Năm bạn làm sư tử Nhảy
múa trên không trung

Six quan ho singers
At a village fair.

Sáu người hát quan họ
Trong ngày hội của làng

Bảy là những cây dừa
Thân vừa cao vừa thẳng

Seven coconut palms
Growing straight and tall.

Eight dragon fruit,
I want to eat them all!

8

Tám quả là thanh long
Muốn ăn cho bằng hết !

Nine basket boats
Row across the bay.

Chín chiếc là
thuyền thúng
Cùng bơi qua
vùng vịnh.

Ten conical hats.
You counted to ten—Hurray!

Mười chiếc là nón lá
Đã đếm được đến mười
Phải hoan hô bạn thôi !

Nhà văn, họa sĩ Elka Ray là tác giả
của 3 cuốn truyện tranh minh họa
khác dành cho trẻ con khác:
1,2,3 Vietnam!, Vietnam từ A đến Z
và Con tắc kè lớn lên, lớn dần lên...
Các tác phẩm của Elka Ray có tại
elkaray.com

Writer and illustrator Elka Ray
is the author of three kids' books:
1,2,3 Vietnam!, Vietnam A to Z and
The Gecko Who Grew and Grew...
Elka also writes adult fiction.
Please visit elkaray.com for details.

3586642R00015

Made in the USA
San Bernardino, CA
10 August 2013